SÁCH NẤU THỰC PHẨM SỐNG TUYỆT VỜI

100 MÓN NGON ĐỘC ĐÁO ĐỂ BỔ SUNG VÀO CHẾ ĐỘ ĂN UỐNG CỦA BẠN

Phi Phan

Tài liệu bản quyền ©2023

Đã đăng ký Bản quyền

Không phần nào của cuốn sách này có thể được sử dụng hoặc truyền đi dưới bất kỳ hình thức nào hoặc bằng bất kỳ phương tiện nào mà không có sự đồng ý bằng văn bản của nhà xuất bản và chủ sở hữu bản quyền, ngoại trừ các trích dẫn ngắn được sử dụng trong bài đánh giá. Cuốn sách này không nên được coi là tài liệu thay thế cho các lời khuyên về y tế, luật pháp hoặc chuyên môn khác.

MỤC LỤC

MỤC LỤC..3
GIỚI THIỆU..8
Thức ăn thô là gì?...9
Tại sao thực phẩm thô?...10
BỮA SÁNG..11
1. Kem chanh với dâu đen......................................12
2. Muesli cho bữa sáng..14
3. Sữa chua thuần chay nguyên chất.....................16
4. chip berry thô...18
5. Cháo nghệ kiều mạch chưa nấu chín................20
6. Thanh hạnh nhân hạt anh túc............................22
7. Ăn sáng Zinger Bars..24
8. Ngũ Cốc Xoài Dâu...26
9. Chả quế thô..28
10. Chai sô cô la trắng...30
11. sô cô la sữa nóng..32
12. sô cô la nóng ớt..34
Món khai vị & đồ ăn vặt...36
13. Dưa chuột thái lát..37
14. kẹo khoai mỡ..39
15. Bơ nhồi với xà lách trộn....................................41
16. cuộn zucchini sống..43
17. Nấm nhồi sốt hạt điều......................................45

18. Salad bơ Caprese..47
19. Thuyền Taco thô..49
20. Bánh mì táo..51
21. ca cao giòn..53
22. ớt cay..56
23. Napa chip với phô mai và hành tây......................58
24. Các loại hạt caramen...60
BÁNH SANDWICHE VÀ BURGER............................62
   25. Sandwich Reuben thịt xông khói dừa...................63
   26. Nướng Phô Mai Và Cà Chua.................................65
   27. Lox, cà chua, hành tím và nụ bạch hoa................67
   28. câu lạc bộ blt...69
   29. Salad cá ngừ giả..71
   30. tuyệt đối...73
   31. Bánh mì mở mặt quế-táo.....................................75
   32. Tiết kiệm Burger cá hồi với Mango Chutney.........77
   33. Tương ớt măng cầu..79
   34. Mayonnaise Aioli...81
   35. thịt nướng BBQ..83
   36. Sốt Bbq Hickory...85
MÓN CHÍNH..87
37. kết thúc tốt đẹp..88
38. bóng chưa nấu chín không có thịt........................90
39. Mì cà rốt sống..92
40. mì bí ngòi..94
41. Sandwich rau diếp giả..96
42. Súp lơ bông cải xanh 'Gạo'...................................98

43. Mì zucchini với hạt bí ngô.................................100
44. chả giò chay...102
45. Nấm ướp với chanh và mùi tây.............................104
46. Linguine Arrabbiata..106
SÚP & SALAD...108
47. Súp nấm đông cô..109
48. Súp ớt đỏ..111
49. Salad Bắp Cải Đỏ..113
50. Carrot Ginger Soup..115
51. Salad bắp cải tím ngọt..117
52. Gỏi Thái Som Thum...119
53. Kem hạt bí ngô và salad thì là..............................121
54. Salad cà chua bi, hành tím và thì là.....................123
55. Súp nấm...125
MÓN TRÁNG MIỆNG..127
56. Cuộn phô mai mềm...128
57. Bánh cà rốt nhỏ với cam.......................................130
58. bánh chanh nhỏ...133
59. Bánh mousse ca cao mini.....................................136
60. kẹo bơ cứng sô cô la...139
61. Pudding bơ sô cô la thô.......................................141
62. bánh kem dâu tây..144
63. Kem điều đánh bông...146
64. Bánh Tart mãng cầu...148
65. Bánh không bột cơ bản..150

66. bánh hạnh nhân cam...152
67. Quả mâm xôi chanh...154
68. bánh ga tô dâu...156
69. Bánh Dừa Sốt Hạt Phỉ Nutella...................................158
70. Bánh sô cô la-anh đào...160
71. kem chuối cơ bản (không hạt)..................................162
72. Kem Sô Cô La Chuối Với Hạt Phỉ.............................164
73. Kem cơ bản...166
74. Kem sô cô la Mexico..168
75. Kem hoa oải hương...170
76. Kem Lúcuma..172
77. Nước sốt trái cây cơ bản...174
78. Sốt việt quất Agave...176
79. Sốt Maple-Dâu...178
80. quả mọng..180
81. Sốt Hạt Phỉ Nutella..182
82. Sốt kẹo mềm sô cô la..184
83. Goji Berry-Sôcôla Chip Cookies...............................186
84. Bánh Quy Sô Cô La Cam-Cranberry........................188
85. bánh quy sô cô la ca cao..190
86. Bánh quy hạnh nhân óc chó...................................192
87. Banana Chocolate Chip Cookies.............................194
88. Cookie hạnh nhân...196
89. bánh hạnh nhân trái cây..198
sinh tố..200

90. G reen 201
91. Sinh Tố Dứa Bạc Hà 203
92. Sinh Tố Dừa Anh Đào 205
93. Sinh tố xoài sữa chua 207
94. sinh tố quýt nhiệt đới 209
95. Sinh Tố PB & Dâu Tây 211
96. Cà rốt xoài dừa 213
97. Pina Colada gừng 215
98. Anh đào việt quất cải xoăn 217
99. Mâm xôi Chuối Chia 219
100. Bát sinh tố câu kỷ, xoài và bao báp 221
PHẦN KẾT LUẬN 223

GIỚI THIỆU

Thức ăn thô là gì?

Chế độ ăn uống thực phẩm thô cơ bản tập trung vào việc không nấu thức ăn trên 118 độ F. Nó chứa trái cây, rau, hạt nảy mầm, ngũ cốc ngâm, trái cây sấy khô, miso, pho mát làm từ hạt, ngũ cốc cán, quả hạch và hạt.

Ăn thực phẩm sống hoặc sống không phải là một khái niệm mới. Con người đã ăn ở trạng thái này trong phần lớn lịch sử của chủng tộc chúng ta. Nấu thức ăn là một bước tương đối mới trong hành trình từ ruộng đến đĩa. Điều thú vị là nhiều vấn đề sức khỏe nghiêm trọng, chẳng hạn như bệnh béo phì và bệnh tim, đã trở nên tồi tệ hơn kể từ khi thực phẩm nấu chín đã qua chế biến trở thành tiêu chuẩn.

Tại sao thực phẩm thô?

Thực phẩm thô hoàn toàn tự nhiên. Mọi loài động vật đã tồn tại đều ăn thức ăn sống của nó. Chỉ có con người đã đi chệch hướng. Trái cây và rau quả tươi cung cấp các chất dinh dưỡng thiết yếu không thể lấy được từ các nguồn khác. Hầu hết các chất dinh dưỡng này bị phân hủy theo một cách nào đó trong quá trình nấu nướng.

Do đó, một lựa chọn hợp lý là ăn thô hơn, làm tăng đáng kể lượng chất dinh dưỡng của chúng ta và do đó cung cấp cho cơ thể chúng ta nhiều năng lượng chất lượng cao hơn. Một phần nhiệm vụ của chúng tôi với cuốn sách này là cho bạn thấy rằng chế độ ăn thực phẩm thô không phải là thế tục, kỳ quặc hay cấp tiến. Đó chỉ là quyết định không sử dụng bếp của bạn vào lúc này. Bằng cách đưa ra lựa chọn này, bạn giữ nguyên vẹn thức ăn của mình (mà bạn đã làm việc chăm chỉ để mang đến bàn ăn) để nó có thể mang đến những gì nó phải làm; Các chất dinh dưỡng cung cấp năng lượng, duy trì và sửa chữa cơ thể và cho phép nó hoạt động tốt nhất.

BỮA SÁNG

1. Kem chanh với dâu đen

Làm cho 4 phần ăn

THÀNH PHẦN:
- 1 chén hạt điều, ngâm nước 8 tiếng, rửa sạch, để ráo nước
- 1 chén dừa tươi xắt nhỏ
- vỏ của 3 quả chanh
- 1 cốc nước
- 4 chén quả mâm xôi chín

HƯỚNG DẪN:
a) Cho hạt điều, dừa, nước cốt chanh, vỏ chanh và nước vào máy xay thực phẩm và trộn cho đến khi có dạng kem và mịn.

b) Đổ sữa đông chanh vào hộp có thể bịt kín.

c) Đặt sữa đông bọc trong tủ lạnh cho đến khi sẵn sàng phục vụ.

d) Đổ quark vào bát phục vụ và trang trí với quả mâm xôi.

2. Muesli cho bữa sáng

Làm cho: 1 khẩu phần

THÀNH PHẦN:
- 3/4 chén hạt thô
- 10 quả chà là vừa, ngâm và rỗ
- 1 cốc trái cây tươi, tốt nhất là xoài, quả mọng hoặc chuối
- 1 muỗng canh dừa tươi nạo
- sữa hạt, để hương vị

HƯỚNG DẪN:
a) Sử dụng một bộ xử lý thực phẩm, chế biến các loại hạt và quả chà là cùng nhau cho đến khi các loại hạt gần như được nghiền mịn.
b) Trộn trong một cái bát với trái cây tươi và dừa vụn.
c) Hương vị với sữa hạt.

3. Sữa chua thuần chay nguyên chất

Làm cho: 4

THÀNH PHẦN:
- 1 chén hạt mắc ca hoặc hạt điều, ngâm trong 2 giờ
- 1 cốc nước lọc
- 1 thìa nước cốt chanh

HƯỚNG DẪN:
a)   Cho các loại hạt vào máy xay với một nửa nước. Xay trong 20 giây và thêm phần nước còn lại.

b)   Trộn cho đến khi đạt được độ đặc mịn như kem.

c)   Chuyển hỗn hợp vào lọ thủy tinh sạch và đậy bằng màng bọc thực phẩm, cố định bằng dây chun. Để lên men ở nơi ấm áp trong 16 đến 24 giờ.

d)   Nó ngồi càng lâu; quá trình lên men sẽ diễn ra nhiều hơn.

e)   Khuấy nước cốt chanh, nếu sử dụng và làm lạnh trong tủ lạnh.

4. chip berry thô

Làm cho: 6-8

THÀNH PHẦN:
- 30 ounce quả hỗn hợp (dâu tây, quả việt quất, quả mâm xôi)
- 2 chén quả óc chó thô hoặc hồ đào thô
- 1/4 chén bột yến mạch chưa nấu chín
- 2 muỗng canh xi-rô phong
- 1/4 muỗng cà phê bột hành

HƯỚNG DẪN: :
a) Trong một bát lớn, trộn dâu tây thái lát và các loại quả mọng đã rửa sạch khác.
b) Chuẩn bị topping trong một bộ xử lý thực phẩm, đập tất cả các thành phần cho đến khi vừa kết hợp.
c) Trong một đĩa thịt hầm 1,4 lít, thêm phần lớn hỗn hợp quả mọng, để lại khoảng một vài muỗng canh. Trải đều.
d) Bây giờ đổ phần lớn hỗn hợp lên trên quả mọng, để lại một vài thìa canh.
e) Bây giờ rắc các quả mọng còn lại lên trên và cuối cùng là phần còn lại của topping.
f) Phục vụ ngay lập tức hoặc làm lạnh trong 1 giờ.

5. Cháo nghệ kiều mạch chưa nấu chín

DỊCH VỤ 1

THÀNH PHẦN:
- 1/2 chén kiều mạch thô
- 1/3 cốc yến mạch, hạnh nhân hoặc sữa đậu nành
- 1 quả chuối, bóc vỏ và xắt nhỏ
- 1/3 muỗng cà phê bột nghệ
- 1 nhúm tiêu đen xay

HƯỚNG DẪN:
a) Thêm tất cả **CÁC THÀNH PHẦN CỦA BẠN:** vào bình máy xay sinh tố hoặc bình máy xay sinh tố cầm tay và xay như không có ngày mai. Một bộ xử lý thực phẩm nhỏ sẽ trộn nó lên, nhưng bạn có thể không mịn như vậy.

b) Phục vụ, đứng đầu với mọi thứ mà trái tim bạn mong muốn.

c) Trái cây tươi, granola giòn, hạt ca cao và hạt nướng đều ngon.

6. Thanh hạnh nhân hạt anh túc

Làm cho: 1

THÀNH PHẦN:
- 3 muỗng canh hạt anh túc, xay
- 5-7 quả chà là, thái nhỏ
- ⅓ cốc và 1 thìa sữa hạnh nhân
- $\frac{1}{4}$ muỗng cà phê quế

HƯỚNG DẪN:
a) Trộn tất cả các thành phần và để chúng trong tủ lạnh qua đêm.
b) Lấy ra, khuấy đều và thưởng thức.

7. Ăn sáng Zinger Bars

Thực hiện: 5-6 phần ăn

THÀNH PHẦN:
- 10 ngày Medjool đọ sức
- 1/4 chén quả mọng vàng
- 1 chén bột yến mạch không chứa gluten
- vỏ chanh

HƯỚNG DẪN:
a)   Cho yến mạch vào máy xay thực phẩm và chế biến cho đến khi yến mạch vỡ thành từng miếng nhỏ.

b)   Thêm quả mọng vàng, chà là và chanh và chế biến cho đến khi hỗn hợp kết dính.

c)   Sau khi hỗn hợp dính, sau đó định hình nó thành các thanh.

d)   Làm lạnh ngọn trong một tuần. Vui lòng nhân đôi số lượng để kiếm thêm Thanh Zinger!

8. Ngũ Cốc Xoài Dâu

Làm cho: 1

THÀNH PHẦN:
Ngũ cốc
- 1 1/2 chén xoài đông lạnh
- 1 1/2 chén dâu tây đông lạnh
- 1/2 chén Rawnola không hạt

Sữa chuối
- 2 quả chuối chín
- 1 cốc nước

HƯỚNG DẪN:
a) Trong một bộ xử lý thực phẩm, kết hợp xoài đông lạnh và dâu tây đông lạnh. Xử lý thành các mảnh có kích thước bằng đá cuội. Đừng làm việc quá sức nếu không bạn sẽ có một loại kem ngon.

b) Đổ vào một cái bát và đặt trong tủ đá.

c) Trộn chuối và nước để làm sữa chuối. Điều chỉnh độ đặc mong muốn với nhiều/ít nước hơn.

d) Lấy granola ra khỏi tủ đông, khuấy trong Rawnola, thêm sữa và thưởng thức!

9. Chả quế thô

Làm cho: 3-5

THÀNH PHẦN:
- 15 ngày hữu cơ, đọ sức
- 4 quả chuối hữu cơ chín lớn
- 1/2 muỗng cà phê quế hữu cơ
- Tùy chọn: vani
- Tùy chọn: Gia vị bổ sung

HƯỚNG DẪN:
a) Cắt quả chuối theo chiều dọc thành 3 miếng.
b) Rắc chuối với quế và đặt chúng vào máy khử nước ở 115F trong 6-8 giờ.
c) Cho tất cả chà là vào máy xay sinh tố tốc độ cao với một chút quế, vani tùy chọn và nước.
d) Sau khi có thể cầm chuối mà không bị vỡ nhưng chưa khô hoàn toàn, hãy cắt lát chuối và phết caramel lên trên.
e) Lăn chuối với caramel xung quanh để tạo thành một cuộn. Phủ thêm caramel chà là lên bánh nếu bạn thích. Rắc quế lên trên.
f) Đặt lại vào máy khử nước trong 6 giờ cho đến khi ấm lên.

10. Chai sô cô la trắng

Làm cho 4 phần ăn.

THÀNH PHẦN:
- 3 1/2 cốc nước ấm
- 1/2 chén hạt điều
- 1/4 chén bột mesquite
- 3 muỗng cà phê bột lucuma
- 3 muỗng cà phê xylitol hoặc chất làm ngọt bạn chọn
- 2 muỗng cà phê bơ ca cao
- 1 muỗng cà phê bột maca
- 1/2 muỗng cà phê hỗn hợp gia vị Chai masala hoặc nếm thử

HƯỚNG DẪN:
a) Trộn tất cả mọi thứ ở mức cao nhất trong khoảng 1 phút.
b) Phục vụ trong cốc ấm.

11. sô cô la sữa nóng

Làm cho 3 phần ăn.

THÀNH PHẦN:
- 2 1/2 cốc nước ấm
- 1/4 chén bột carob
- 1/4 chén bột lucuma
- 1 thanh nhỏ bơ ca cao
- 2 muỗng cà phê đường hoa dừa
- 2 muỗng cà phê hạt điều hoặc 2 muỗng cà phê bơ hạt

HƯỚNG DẪN:
a) Xay mọi thứ ở nhiệt độ cao cho đến khi ấm và mịn.
b) Phục vụ trong cốc ấm.

12. sô cô la nóng ớt

Làm cho 4 phần ăn.

THÀNH PHẦN:
- 3 cốc nước ấm
- 1 chén hạt điều
- 1/2 chén mật ong hoặc chất làm ngọt bạn chọn
- 1/4 chén bột ca cao
- 1 thanh nhỏ bơ ca cao hoặc dầu dừa
- 1 nhúm muối
- ớt để hương vị

HƯỚNG DẪN:
a)   Trộn tất cả mọi thứ ở nhiệt độ cao trong khoảng 1 phút và phục vụ trong cốc đã được làm nóng trước.

Món khai vị & đồ ăn vặt

13. Dưa chuột thái lát

Làm khoảng 1 cốc

THÀNH PHẦN:
- 1 chén dưa chuột, cắt thành lát $\frac{1}{4}$-inch
- 1 muỗng cà phê bột hành
- 2 thìa nước cốt chanh

HƯỚNG DẪN:
a) Trộn các thành phần trong một bát trộn. Đặt trong một máy ép dưa chuột dưới áp lực.
b) Hoặc đặt một chiếc đĩa lên hỗn hợp trong bát và xếp những chiếc đĩa nặng lên trên.
c) Để ở nhiệt độ phòng trong một ngày.
d) Điều này sẽ giữ trong tủ lạnh trong vài ngày.

14. kẹo khoai mỡ

phục vụ 4

THÀNH PHẦN: :
- 4 củ khoai mỡ hoặc khoai lang, gọt vỏ
- 1 hoặc 2 muỗng canh mật ong thô hoặc mật hoa agave thô

HƯỚNG DẪN:
a) Trong một bộ xử lý thực phẩm được trang bị lưỡi S, chế biến khoai lang cho đến khi mịn.
b) Thêm chất làm ngọt từng chút một, xử lý mỗi khi bạn thêm chất làm ngọt, sau đó nếm thử cho đến khi đạt được độ ngọt mong muốn.

15. Bơ nhồi với xà lách trộn

Làm cho: 4

THÀNH PHẦN:
- 2 chén bắp cải đỏ thái nhỏ
- 3/4 chén cà rốt nghiền
- 1/2 chén hành tím nạo
- nước cốt của 1 quả chanh
- 2 quả bơ, cắt đôi và bỏ hạt

HƯỚNG DẪN:
a)   Trong một bát vừa, trộn cả bắp cải, cà rốt và hành tím

b)   Đổ nước cốt chanh lên hỗn hợp bắp cải và trộn đều.

c)   Cẩn thận khoét một lỗ trên mỗi nửa quả bơ. Đổ đầy xà lách trộn và thưởng thức!

16. cuộn zucchini sống

làm cho: 3

THÀNH PHẦN:
- 1 bí xanh vừa
- 150 g hạt điều kem phô mai
- 2 thìa nước cốt chanh
- 5 lá húng quế tươi
- Một nắm quả óc chó

HƯỚNG DẪN:
a) Trong một cái bát, trộn phô mai hạt điều với nước cốt chanh và húng quế tươi xắt nhỏ.
b) Thêm một nắm hạt xắt nhỏ.
c) Sử dụng dụng cụ gọt vỏ khoai tây, cắt những dải dài ra khỏi bí xanh
d) Đặt khoảng 1 muỗng cà phê hỗn hợp phô mai trên mỗi dải.
e) Lăn các dải zucchini qua hỗn hợp phô mai và trang trí với húng quế tươi.

17. Nấm nhồi sốt hạt điều

Làm: 12 cây nấm

THÀNH PHẦN:

- 10 lạng. Nấm cremini nguyên con, bỏ cuống ở giữa
- 15-20 lá húng quế lớn
- Nước cốt và vỏ của 1 quả chanh
- 2/3 chén hạt điều sống
- hạt tiêu đen để hương vị

HƯỚNG DẪN:

a)   Trong một bộ xử lý thực phẩm hoặc máy xay sinh tố, kết hợp húng quế, nước cốt chanh và hạt điều.

b)   Nêm hạt tiêu và máy xay thực phẩm xung cho đến khi băm nhỏ.

c)   Xay cho đến khi sốt pesto mịn và có dạng kem, khoảng 30 giây.

d)   Đặt mũ nấm mở úp lên đĩa phục vụ. Cho sốt pesto vào mũ nấm.

e)   Rắc vỏ chanh lên trên và trang trí bằng một hạt điều.

18. Salad bơ Caprese

Làm cho: 6 phần ăn

THÀNH PHẦN:
- 4 quả cà chua gia truyền cỡ vừa
- 3 quả bơ cỡ vừa
- 1 bó húng quế tươi lớn
- nước cốt 1 quả chanh

HƯỚNG DẪN:
a) Cắt quả bơ xung quanh đường xích đạo và loại bỏ đá. Cắt thành vòng, sau đó loại bỏ vỏ.
b) Quăng nhẹ những lát bơ trong nước cốt chanh.
c) Thái lát cà chua.
d) Xếp các lát cà chua, lát bơ và lá húng quế. Thưởng thức!

19. Thuyền Taco thô

khẩu phần 4

THÀNH PHẦN:
- 1 đầu xà lách romaine
- 1/2 chén hummus củ cải sống
- 1 chén cà chua bi cắt đôi
- 3/4 chén bắp cải đỏ thái lát mỏng
- 1 quả bơ chín vừa (thái hạt lựu)

HƯỚNG DẪN:
a)   Sắp các món salad lên đĩa và cho 1-2 thìa canh (15-30g) hummus vào.
b)   Sau đó phủ cà chua, bắp cải và bơ lên trên.

20. Bánh mì táo

Làm cho: Cho 1

THÀNH PHẦN:
- 2 quả táo bạn chọn
- ⅓ chén bơ hạt tự nhiên
- một nắm nhỏ dừa nạo
- rắc quế
- 1 thìa nước cốt chanh

HƯỚNG DẪN:
a) Táo: Rửa sạch, bỏ lõi và cắt táo thành những lát ¼ inch.
b) Cho những lát táo vào một cái bát nhỏ với nước cốt chanh và trộn đều.
c) Bơ hạt: Đun bơ hạt của bạn cho đến khi ấm và hơi lỏng.
d) Rưới bơ hạt theo chuyển động tròn từ giữa đĩa ra mép ngoài.
e) Rắc dừa nạo và rắc quế.

21. ca cao giòn

THÀNH PHẦN: :
- 3 chén kiều mạch, được kích hoạt và sấy khô
- 1 cốc ca cao ngòi
- 1 cốc nho khô
- 1 chén bột ca cao (khối lượng rắn 240 g)
- 2 chén bơ ca cao (480 g bơ đặc)
- 1/2 chén bột lucuma
- 1 chén đường dừa
- 1/2 thìa cà phê muối

HƯỚNG DẪN:
a) Đặt kiều mạch, ngòi và nho khô vào tủ đông trước khi bạn bắt đầu đun chảy ca cao.
b) Làm tan chảy bơ ca cao và bột ca cao bằng cách sử dụng nồi hơi đôi hoặc nồi hơi đôi với nước ấm.
c) Thêm lucuma, đường dừa và muối và khuấy nhẹ cho đến khi kết hợp tốt.
d) Tắt lửa.
e) Trộn kiều mạch mát, nho khô và nibs.
f) khuấy liên tục.
g) Khi mọi thứ nguội đi, toàn bộ hỗn hợp sẽ bắt đầu đặc lại.
h) Tại thời điểm này, dùng tay thao tác rất nhanh, vỏ hỗn hợp đã tráng vào bất kỳ khay nào

bạn thích (chúng tôi sử dụng khay máy sấy dạng tấm đặc của chúng tôi). Granola bây giờ sẽ được đặt ở nhiệt độ phòng, nhưng bạn có thể làm lạnh nó trong tủ lạnh hoặc tủ đông trong khoảng 15 phút để tăng tốc quá trình.

i) Bảo quản trong hộp kín ở nơi tối và mát, có thể trong tủ lạnh vào mùa hè.

j) Đổ đầy bình 3 lít.

22. ớt cay

Làm cho 12 poppers.

THÀNH PHẦN:
- 12 quả ớt jalapeno tươi
- 1/2 chén phô mai hạt kem
- 1/3 chén hạt lanh vàng, xay
- 1/3 cốc nước

HƯỚNG DẪN:
a) Cắt một bên ớt.
b) Múc hạt ra bằng thìa nhỏ.
c) Sử dụng túi bắt kem, bóp kem phô mai vào từng quả ớt.
d) Trộn hạt lanh và nước ở nhiệt độ cao trong khoảng 45 giây để tạo thành một hỗn hợp bột mịn.
e) Nhúng từng quả ớt vào bột. Thêm nước vào bột nếu nó quá đặc.
f) Phơi khô trong 24 giờ hoặc cho đến khi giòn.
g) Phục vụ tốt nhất ngay lập tức.

23. Napa chip với phô mai và hành tây

Làm khoảng 5 bát.

THÀNH PHẦN:
- 750 g bắp cải Trung Quốc, nạo
- 2 chén hạt điều
- 1 cốc nước
- 1/4 chén men dinh dưỡng
- 1/4 chén hành tây
- 2 muỗng cà phê nước cốt chanh
- 2 muỗng cà phê bột mù tạt nóng
- 1 muỗng cà phê tỏi, băm nhỏ - tùy chọn
- 1/2 muỗng cà phê tiêu trắng - tùy chọn
- muối thô để xay ở cuối

HƯỚNG DẪN:
a) Trộn tất cả **CÁC THÀNH PHẦN:** , trừ bắp cải và muối, ở tốc độ cao cho đến khi mịn, khoảng 1 phút.
b) Thêm vào bắp cải Trung Quốc và xoa bóp.
c) Đặt trên các tấm máy sấy chắc chắn và xay muối thô trên chúng.
d) Để khô trong 12 giờ và tách ra khỏi các tấm cố định.
e) Để khô trên khay thêm 24-48 giờ nữa hoặc cho đến khi rất giòn.
f) Bảo quản trong hộp kín ở nơi tối, mát

24. Các loại hạt caramen

Làm 4 cốc.

THÀNH PHẦN:
- 3 chén hỗn hợp các loại hạt và hạt - hạnh nhân, quả phỉ, bí ngô và hướng dương
- 1 chén nho khô
- 1/2 cốc nước
- 1/2 muỗng cà phê quế
- 1 muỗng cà phê vừng
- 1 nhúm muối

HƯỚNG DẪN:

a) Cho tất cả các loại hạt và hạt vào một cái bát và đặt sang một bên.
b) Trộn mọi thứ khác cho đến khi mịn.
c) Đổ hỗn hợp lên hạt và quả hạch và trộn đều. Hãy chắc chắn rằng mọi thứ được bảo hiểm tốt.
d) Trải ra trên khăn trà chắc chắn.
e) Rắc hạt vừng lên trên và cho vào máy khử nước trong khoảng 24 giờ.
f) Tách ra khỏi các tấm cố định và để khô thêm 16-24 giờ.
g) Bảo quản trong hũ thủy tinh đậy nắp kín.

BÁNH SANDWICHE VÀ BURGER

25. Sandwich Reuben thịt xông khói dừa

LÀM 4 BÁNH SANDWICHE

1 công thức bánh mì lúa mạch đen
1 công thức phô mai yêu thích của bạn
1 công thức Thịt xông khói dừa Cà tím Thịt xông khói
1 công thức Sốt Nghìn Đảo
1 chén dưa cải bắp yêu thích của bạn

Đặt một lát bánh mì Rye Flatbread lên mỗi đĩa trong số bốn đĩa phục vụ. Trải một lớp pho mát. Trên cùng với những lát Thịt xông khói dừa và mưa phùn với sốt Thousand Island. Rắc dưa cải bắp và một miếng bánh mì dẹt thứ hai lên trên và dùng ngay.

26. Nướng Phô Mai Và Cà Chua

LÀM 4 PHẦN

8 lát bánh mì Zucchini hoặc bánh mì hướng dương
1 công thức sốt phô mai yêu thích của bạn
1 quả cà chua, bỏ hạt và thái lát dày

Đặt một lát bánh mì trên mỗi bốn món ăn. Phết từng viên với khoảng ¼ chén Phô mai. Trên cùng với một lát cà chua và một lát bánh mì thứ hai. Phục vụ ngay lập tức.

27. Lox, cà chua, hành tím và nụ bạch hoa

LÀM 4 BÁNH SANDWICHE

8 lát bánh mì yêu thích của bạn
$\frac{1}{4}$ chén Mayonnaise Aioli
1 quả cà chua, bỏ hạt và thái lát
1 chén xoài thái lát hoặc cơm dừa non Thái
$\frac{1}{2}$ chén rau xà lách
$\frac{1}{4}$ chén hành tím thái lát
$\frac{1}{4}$ cốc nụ bạch hoa để ráo nước

Đặt một lát bánh mì trên mỗi bốn món ăn. Trải mỗi phần với 2 muỗng canh Aioli Mayonnaise. Xếp các lát cà chua lên trên, sau đó là xoài, rau arugula, hành tây và nụ bạch hoa, cuối cùng là phần bánh mì còn lại.
Sẽ giữ trong vài giờ.

28. câu lạc bộ blt

LÀM 4 PHẦN

12 lát bánh mì Zucchini hoặc bánh mì hướng dương
(khoảng 1½ công thức nấu ăn)
1 công thức Mayonnaise Aioli
xà lách 8 lá
1 quả cà chua, bỏ hạt và thái lát
1 quả bơ chín, đọ sức và thái lát
1 công thức Thịt xông khói dừa

Đặt một lát bánh mì lên mỗi đĩa trong số bốn đĩa phục vụ và phết lên một vài thìa xốt Mayonnaise. Đặt một lá rau diếp lên trên mỗi phần, sau đó là một lát cà chua, một ít quả bơ và sau đó là một lát bánh mì khác. Phết lát đó với sốt Mayonnaise bổ sung và phủ lên trên những lát Thịt xông khói dừa, rau diếp và cà chua. Phết một vài thìa xốt Mayonnaise lên một mặt của những lát bánh mì còn lại và đặt mặt xốt Mayonnaise xuống trên bánh mì của bạn. Bánh sandwich đã lắp ráp sẽ giữ được trong vài giờ.

29. Salad cá ngừ già

LÀM 4 PHẦN

1 công thức Mayonnaise Aioli
3 chén bột cà rốt
1 chén cần tây xắt nhỏ
$\frac{1}{4}$ chén hành vàng xắt nhỏ
1 công thức bánh mì yêu thích của bạn

Cho xốt Aioli Mayonnaise, bột cà rốt, cần tây và hành tây vào tô trộn. Trộn đều.

Lắp ráp bánh mì của bạn bằng cách trải một phần tư hỗn hợp giữa hai lát bánh mì. Lên trên với cà chua thái lát và rau diếp. Lặp lại để làm bánh mì còn lại.

Bánh mì đã lắp ráp sẽ giữ được trong vài giờ. Salad cá ngừ giả sẽ giữ được 2 ngày khi được bảo quản riêng trong tủ lạnh.

30. tuyệt đối

LÀM 4 PHẦN

8 lát bánh mì Zucchini hoặc bánh mì hướng dương
½ chén bơ hạnh nhân
1/3 chén xi-rô cây thùa
2 quả chuối, thái lát

Đặt một lát bánh mì trên mỗi bốn đĩa phục vụ. Phết từng phần với 2 thìa bơ hạnh nhân và rưới một ít xi-rô cây thùa. Lên trên với nửa quả chuối thái lát. Phết 2 thìa bơ hạnh nhân lên một mặt của những lát bánh mì còn lại và hoàn thành mỗi chiếc bánh mì.

Rưới 2 đến 3 thìa xi-rô cây thùa lên mỗi chiếc bánh mì sandwich. Đặt sang một bên trong 15 phút hoặc hơn để ướp. Ăn bằng nĩa.

Sẽ giữ được 1 ngày trong tủ lạnh.

31. Bánh mì mở mặt quế-táo

LÀM 4 PHẦN

1 công thức Bơ Miso, Bơ Vani, Bơ Hoa Oải Hương
, hoặc bơ sô cô la
1 quả táo, bỏ lõi và thái lát
$\frac{1}{4}$ chén xi-rô cây thùa
1 muỗng cà phê bột quế
Đặt một lát bánh mì trên mỗi bốn món ăn. Phết từng lát với bơ bạn chọn. Cho táo thái lát lên trên, rưới xi-rô cây thùa lên trên và rắc quế lên trên.
Sẽ giữ trong một ngày.

32. Tiết kiệm Burger cá hồi với Mango Chutney

LÀM 4 PHẦN

1 công thức Salad cá ngừ giả

Tạo hình món Salad cá ngừ giả thành bốn miếng chả cỡ bánh mì kẹp thịt (không quá dày để giúp chúng khô ráo). Đặt trên một Khay khử nước Excalibur 14 inch vuông và khử nước trong 2 đến 4 giờ ở 104°F, cho đến khi có độ đặc mong muốn.

Phục vụ trên bánh mì yêu thích của bạn với Mango Chutney và xà lách.

33. Tương ớt mãng cầu

LÀM 1 CỐC

1 chén xoài thái hạt lựu
2 muỗng canh **nước cốt** chanh (**từ kho**ả**ng 1 quả chanh)**
1 muỗng cà phê t**ỏ**i băm
1 qu**ả ớt đỏ nhỏ**, thái nh**ỏ**, hoặc để nếm
¼ chén rau mùi x**ắ**t nh**ỏ**
¼ chén hành vàng xắt nh**ỏ**
½ muỗng cà phê muối bi**ể**n
1 muỗng cà phê xi-rô agave (tùy ch**ọ**n)

Cho kho**ả**ng 2 thìa xoài vào Máy xay sinh t**ố** cá nhân cùng với **nước cốt** chanh. Pha trộn để trộn và chuy**ể**n vào một bát trộn nh**ỏ**.

Thêm CÁC THÀNH PHẦN CÒN LẠI: vào tô t r**ộ**n và trộn đ**ề**u.

34. <u>Mayonnaise Aioli</u>

LÀM 1 CỐC

1 chén mắc ca, hạt điều và/hoặc hạt thông
¾ chén nước lọc, hoặc khi cần thiết
1 muỗng cà phê tỏi băm nhỏ, hoặc nếm thử
½ muỗng cà phê muối biển

Trộn tất cả các nguyên liệu thành sốt mayonnaise mịn, thêm nước nếu cần để tạo độ sệt mong muốn.

Bảo quản trong 4 đến 5 ngày trong lọ thủy tinh đậy kín trong tủ lạnh.

35. thịt nướng BBQ

LÀM 4 PHẦN

1 công thức bánh mì kẹp thịt yêu thích của bạn

1 công thức Sốt BBQ Hickory

1 công thức bánh mì yêu thích của bạn

Phục vụ bánh mì kẹp thịt yêu thích của bạn trên bánh mì bạn chọn, phủ sốt BBQ, hành tây thái lát và rau diếp.

36. Sốt Bbq Hickory

LÀM KHOẢNG 1 CỐC

- 1 chén cà chua bỏ hạt và xắt nhỏ
- 1 muỗng canh giấm táo
- 2 muỗng canh mật hoa agave
- 2 muỗng canh hành vàng xắt nhỏ
- 1 muỗng cà phê tỏi
- 1 muỗng canh bột ớt
- 1/3 chén xoài khô
- 1 hoặc 2 giọt khói lỏng (tùy chọn)

a) Cho tất cả các **THÀNH PHẦN:**, ngoại trừ xoài khô, vào máy xay sinh tố tốc độ cao. Xay đến khi mịn.

b) Thêm xoài dần dần và trộn, để làm đặc nước sốt của bạn.

c) Thêm nhiều hoặc ít xoài để tạo ra độ đặc mong muốn của bạn.

MÓN CHÍNH

37. kết thúc tốt đẹp

3 làm cho:

THÀNH PHẦN:
- 3 gói rau bina
- 1 quả bơ
- nước cốt của 1 quả chanh
- 1 củ cải lớn
- 1 quả bí xanh lớn

HƯỚNG DẪN:
a) Cắt lát mỏng củ cải đường và bí xanh trên máy bào, máy bào phô mai hoặc máy xoắn ốc. Để qua một bên.

b) Nghiền thịt quả bơ với nước cốt chanh cho đến khi bạn có được một hỗn hợp khá mịn. Lây lan điều này trên tất cả các kết thúc tốt đẹp của bạn.

c) Sau đó, đặt các loại rau đã thái lát mỏng vào và quấn chặt nhưng nhẹ nhàng.

d) Để yên trong 5 phút, sau đó dùng dao sắc cắt đôi và thưởng thức!

38. bóng chưa nấu chín không có thịt

THÀNH PHẦN:
- 1 chén hạt hướng dương thô
- ½ cốc + 1 thìa bơ hạnh nhân thô
- 4 quả cà chua phơi nắng, ngâm nước
- 3 muỗng canh húng quế tươi, xắt nhỏ
- 1 muỗng cà phê dầu hạt

HƯỚNG DẪN:
a) Kết hợp tất cả các thành phần trong bộ xử lý thực phẩm và trộn cho đến khi hỗn hợp đạt được kết cấu thô.

b) Múc hỗn hợp vào từng muỗng cà phê và nặn thành từng viên.

c) Hỗn hợp này có thể được phục vụ dưới dạng viên trên mì zucchini sống.

39. Mì cà rốt sống

Làm cho: 6

THÀNH PHẦN: :
- 5 củ cà rốt lớn, gọt vỏ và xoắn ốc
- 1/3 chén hạt điều
- 2 muỗng canh rau mùi tươi, xắt nhỏ
- 1/3 chén nước sốt đậu phộng gừng hoặc bất kỳ loại nước sốt thô nào

HƯỚNG DẪN:
a) Đặt tất cả mì cà rốt vào một bát lớn.
b) Đổ nước sốt đậu phộng gừng lên trên mì và trộn nhẹ nhàng
c) Ăn với hạt điều và rau mùi tươi xắt nhỏ.

40. mì bí ngòi

THÀNH PHẦN: :
- 1 quả bí xanh
- 1 chén cà chua
- 1/2 chén cà chua phơi nắng
- 1.5 ngày Medjool

HƯỚNG DẪN:
a) Sử dụng dụng cụ gọt vỏ xoắn ốc hoặc dụng cụ gọt vỏ thái sợi, cắt bí ngòi thành hình sợi mì.
b) Xay nhuyễn và trộn **CÁC THÀNH PHẦN CÒN LẠI:** trong máy xay sinh tố tốc độ cao.

41. Sandwich rau diếp giả

Làm cho 4 phần ăn

THÀNH PHẦN: :
- 1 khẩu phần aioli mayonnaise
- 3 chén bột cà rốt
- 1 chén cần tây xắt nhỏ
- $\frac{1}{4}$ chén hành vàng xắt nhỏ
- 2 lát bánh mì

HƯỚNG DẪN:
a)   Trong một bát trộn, kết hợp aioli mayonnaise, bột cà rốt, cần tây và hành tây. Trộn đều.

b)   Lắp ráp bánh mì của bạn bằng cách múc một phần tư hỗn hợp giữa hai lát bánh mì.

c)   Trang trí với những lát cà chua và rau diếp. Lặp lại để chuẩn bị bánh mì còn lại.

d)   Bánh mì đã lắp ráp sẽ giữ được trong vài giờ. Salad cá ngừ giả sẽ giữ được 2 ngày nếu để riêng trong tủ lạnh

42. Súp lơ bông cải xanh 'Gạo'

Thực hiện: 2-3 phần ăn

THÀNH PHẦN:
- 1 đầu súp lơ
- 2 chén bông cải xanh, xắt nhỏ
- 3 củ hành lá
- $\frac{3}{4}$ chén ớt bột, xắt nhỏ
- $\frac{1}{4}$ cốc đậu nành Nhật Bản
-

HƯỚNG DẪN:
a) Chia súp lơ thành những bông hoa và rửa sạch.
b) Cắt những bông hoa thành những miếng nhỏ hơn và đặt một vài nắm vào máy xay thực phẩm.
c) Xay khoảng 5-10 giây, nếu dùng máy xay sinh tố thì dùng chày ấn súp lơ xuống.
d) Cho hỗn hợp súp lơ vào tô và khuấy trong **CÁC THÀNH PHẦN CÒN LẠI:** .
e) Để yên ít nhất 30 phút, thỉnh thoảng khuấy.

43. Mì zucchini với hạt bí ngô

1-2 phần ăn

THÀNH PHẦN:
- 2 quả bí xanh nhỏ
- 1/4 chén hạt bí ngô sống
- 2 muỗng canh men dinh dưỡng
- 1/4 chén lá húng quế/các loại thảo mộc tươi khác
- Bao nhiêu sữa hạt hoặc nước khi cần thiết

HƯỚNG DẪN:
a) Đối với mì, cắt lát bí ngòi trên máy mandolin hoặc máy xoắn ốc. Đặt sang một bên trong một bát lớn.

b) Đối với nước sốt, xay nhuyễn tất cả các thành phần cho đến khi mịn (thêm từ từ nước hoặc sữa hạt).

c) Massage nước sốt vào mì ống cho đến khi phủ đều.

d) Để chúng ngồi trong một phút để chúng mềm và ướp.

44. chả giò chay

Khẩu phần 4 khẩu phần

THÀNH PHẦN:
- 6 tay bánh tráng
- Cắt 1 củ cà rốt thành julienne
- Cắt 1/2 quả dưa chuột vừa thành julienne
- 1 quả ớt đỏ thái sợi
- 100 gram hoặc 1 chén bắp cải đỏ, thái lát

HƯỚNG DẪN:

a) Bắt đầu bằng cách ngâm bánh tráng theo gói **HƯỚNG DẪN:** .

b) Chuẩn bị tất cả các loại rau trước khi gói bánh.

c) Đặt gói đầu tiên của bạn lên thớt và đặt một phần nhỏ các lát rau của bạn thật chắc chắn lên trên

d) Cuộn chặt, giống như bánh burrito, và gấp đôi các mặt của cuộn bánh tráng.

e) Cắt đôi mỗi cuộn và phục vụ.

45. Nấm ướp với chanh và mùi tây

Làm cho: 2

THÀNH PHẦN:
- 6 c. nấm trắng
- $\frac{1}{2}$ củ hành trắng ngọt
- $\frac{1}{2}$ c. rau mùi tây băm nhỏ
- $\frac{1}{4}$ c. nước chanh
- $\frac{1}{4}$ c. dầu hạt

HƯỚNG DẪN:
a) Trộn tất cả các thành phần cho nước xốt trong một bát nhỏ.

b) Cắt nhỏ từng cây nấm dày khoảng $\frac{1}{4}$ inch và cho vào tô lớn.

c) Đổ nước xốt lên các nguyên liệu và trộn đều cho đến khi được phủ đều.

d) Đổ nấm vào túi cấp đông Ziploc 1 gallon và vắt ra càng nhiều không khí càng tốt.

e) Làm lạnh nấm trong ít nhất 4 giờ. Khoảng một giờ một lần, hãy tháo túi ra và lật ngược túi lại để khuấy nguyên liệu xung quanh một chút.

f) Khi đã đủ thời gian, lấy chúng ra khỏi tủ lạnh, phục vụ và thưởng thức.

46. Linguine Arrabbiata

Làm cho 4 phần ăn.

THÀNH PHẦN:
Cho nước sốt:
- 1 chén cà chua non
- 1 chén cà chua phơi nắng, ngâm
- 1 chén hành tím, xắt nhỏ
- 1/4 chén chà là ngâm
- 1/2 chén dầu ô liu
- 1 muỗng cà phê tương
- 1 muỗng cà phê muối
- ớt để hương vị

Đối với các loại rau:

- 4 chén hỗn hợp các loại rau cứng, như bí non hoặc bí xanh, khoai lang và butternut

HƯỚNG DẪN:

Nước xốt:

a) Xay mọi thứ ở tốc độ cao trong khoảng 30 giây trong máy xay tốc độ cao hoặc 60 giây trong máy xay thông thường cho đến khi mịn.

b) Đóng băng tốt hoặc giữ trong tủ lạnh trong vài ngày.

Rau:

c) Xoắn rau thành sợi mì, hoặc dùng dụng cụ gọt rau củ để tạo thành những dải fettuccine.

d) Ngâm linguini trong nước ấm để làm ấm.

e) Đổ sốt arrabbiata vào chảo và đun nóng nhẹ, khuấy liên tục.

f) Xả rau và trộn với nước sốt.

SÚP & SALAD

47. Súp nấm đông cô

Làm cho 6 phần ăn

THÀNH PHẦN:
- 6 chén nấm shiitake khô
- 10 cốc nước
- 2 muỗng canh Nama shoyu
- 1 muỗng canh hẹ tươi xắt nhỏ

HƯỚNG DẪN:
a) Cho nấm và nước vào một hộp lớn, đậy nắp và cho vào tủ lạnh trong khoảng 8 giờ.
b) Khi hoàn thành, chắt nước nấm vào một cái bát hoặc hộp đựng khác.
c) Khuấy nama shoyu vào nước dùng nấm.
d) Loại bỏ và loại bỏ thân nấm và cắt nhỏ mũ.
e) Thêm nấm xắt nhỏ vào nước dùng và trên cùng với lá hẹ xắt nhỏ.

48. Súp ớt đỏ

Làm cho 4 phần ăn

THÀNH PHẦN:
- 16 quả ớt đỏ, bỏ lõi
- 2 quả bơ chín, nghiền
- 2 muỗng canh xi-rô phong nguyên chất
- 1 muỗng cà phê cải ngựa nghiền mịn
- bột hành tây để hương vị

HƯỚNG DẪN:
a) Bóp ớt đỏ và loại bỏ bột giấy.
b) Đong 6-7 cốc nước tiêu trong một bát lớn.
c) Khuấy bơ, xi-rô phong và cải ngựa vào nước ép cho đến khi kết hợp tốt.
d) Nêm với bột hành tây.

49. Salad Bắp Cải Đỏ

Làm cho: 4

THÀNH PHẦN: :
- 4 chén bắp cải đỏ thái lát mỏng
- 2 tách múi bưởi
- 3 muỗng canh nam việt quất khô
- 2 muỗng canh hạt bí ngô

HƯỚNG DẪN:
a) Cho salad **CÁC THÀNH PHẦN:** vào tô trộn lớn và trộn đều.

50. Carrot Ginger Soup

3 làm cho:

THÀNH PHẦN: :
- $1\frac{1}{2}$ chén cà rốt, thái nhỏ
- 1 muỗng canh miso trắng chưa tiệt trùng
- 1 muỗng cà phê củ gừng tươi, thái nhỏ
- 1 tép tỏi
- 2 cốc nước tinh khiết

HƯỚNG DẪN:
a) Trộn tất cả **CÁC THÀNH PHẦN:** ngoại trừ $\frac{3}{4}$ cốc cà rốt.
b) Đổ **CÁC THÀNH PHẦN ĐÃ TRỘN:** lên trên cà rốt và phục vụ.
c) Điều này rất tốt cho việc xây dựng sức mạnh của phổi.

51. Salad bắp cải tím ngọt

Làm cho 4 phần ăn.

THÀNH PHẦN: :

- 4 chén bắp cải đỏ, thái nhỏ
- 1 chén táo, thái lát mỏng
- 1 chén cà rốt, thái sợi hoặc bào
- 1/2 chén hành lá, thái lát mỏng
- 1/4 chén nho khô hoặc nho
- 3 muỗng cà phê dầu ô liu
- 2 muỗng cà phê mật ong hoặc agave
- 1 muỗng cà phê giấm, nho hoặc rượu táo
- 1 nhúm muối
- Hạt tiêu, mới xay để nếm

HƯỚNG DẪN:

a) Trộn tất cả **CÁC THÀNH PHẦN:** trong một cái bát và để ướp ở nhiệt độ phòng trong 2 giờ, khuấy thường xuyên.

b) Ngoài ra, trộn tất cả mọi thứ và để ướp trong tủ lạnh qua đêm.

52. Gỏi Thái Som Thum

Làm cho 4-6 phần ăn.

THÀNH PHẦN: :

- 1 muỗng cà phê ớt tươi, thái lát mỏng
- 1 muỗng cà phê gừng tươi, xắt nhỏ
- 1 muỗng cà phê tỏi tươi, băm nhỏ
- 1 muỗng cà phê chanh hoặc vỏ chanh
- 3 muỗng cà phê chanh hoặc nước cốt chanh
- 1 muỗng cà phê dầu, mè nhẹ hoặc hạt mắc ca
- 1 chén đu đủ bào sợi
- 1/4 muỗng cà phê muối
- 1 chén dưa chuột, thái sợi
- 1 chén củ cải daikon thái sợi
- 1 chén rau mùi tươi, xắt nhỏ

HƯỚNG DẪN:

a) Trộn tất cả mọi thứ trừ đu đủ và để ướp trong khoảng 10 phút.

b) Ngay trước khi phục vụ, thêm vỏ đu đủ và đảo thật cẩn thận.

53. Kem hạt bí ngô và salad thì là

Làm cho 2 phần ăn.

THÀNH PHẦN: :
- 1 chén củ và thân cây thì là, thái lát mỏng
- 1 chén cần tây, thái lát mỏng
- 1 chén hạt bí ngô
- 1 cốc nước
- 1/4 cốc nước cốt chanh
- 2 cuộc hẹn
- 1/4 muỗng cà phê tiêu đen
- 1/2 thìa cà phê muối

HƯỚNG DẪN:
a) Đặt thì là và cần tây vào một cái bát và đặt sang một bên.
b) Đánh **CÁC THÀNH PHẦN CÒN LẠI:** cho đến khi mịn, khoảng 30 giây.
c) Đổ thì là và cần tây, đảm bảo mọi thứ đều được đậy kín.
d) Ngoài ra: rắc các loại hạt như bí ngô, hướng dương, vừng hoặc hạt gai dầu lên trên.

54. Salad cà chua bi, hành tím và thì là

Làm cho 2-4 phần ăn.

THÀNH PHẦN: :
- 1 cây thì là, củ và lá
- 2 chén cà chua non
- 1/2 chén hành tím
- 1/4 chén dầu ô liu
- 1 muỗng cà phê muối thảo mộc

HƯỚNG DẪN:
a) Cắt mỏng thì là và hành tím.
b) Cắt cà chua thành 2-3 miếng.
c) Ném mọi thứ lại với nhau.
d) Phục vụ trên một chiếc giường lá hoặc giống như vậy.

55. Súp nấm

THÀNH PHẦN: :

- 3 chén Portobello hoặc các loại nấm ngon khác, thái lát mỏng
- 2 cốc nước ấm
- 1 chén mùi tây
- 1/2 chén dầu ô liu
- 1/4 chén tamari
- 1 quả bơ lớn

a) Trộn nấm với dầu ô liu và tamari trong một cái bát và để yên trong khoảng 1 giờ, thỉnh thoảng trở mặt.

b) Đánh đều bơ và nước nóng cho đến khi mịn, khoảng 15 giây.

c) Cho nấm vào máy xay cùng với nước xốt và rau mùi tây và xay nhuyễn chỉ một hoặc hai lần. Làm khoảng 1,5 lít.

MÓN TRÁNG MIỆNG

56. Cuộn phô mai mềm

Làm 2 cuộn.

THÀNH PHẦN:
- 2 chén hạt mắc ca
- 1/3 cốc nước
- 2 muỗng cà phê nước cốt chanh
- 1/2 thìa cà phê muối

HƯỚNG DẪN:
a)   Cho tất cả các thành phần vào máy xay và sử dụng máy trộn để ép chặt hỗn hợp vào lưỡi dao và xay ở tốc độ cao cho đến khi mịn, khoảng 1 phút.

b)   Để tủ lạnh khoảng 2 tiếng cho hỗn hợp đông lại.

c)   Chuẩn bị lớp phủ trước khi lấy hỗn hợp ra khỏi tủ lạnh.

d)   Băm nhỏ **THÀNH PHẦN LỚP PHỦ CỦA BẠN**: càng mịn càng tốt và trải chúng ra một tấm ván.

e)   Chia hỗn hợp thành 2 và đại khái thành hình cuộn.

f) Cuộn chúng trong lớp phủ và phục vụ.

g)   Bảo quản ngăn mát tủ lạnh được 2-3 ngày.

57. Bánh cà rốt nhỏ với cam

Làm được 12-14 chiếc bánh nhỏ.

THÀNH PHẦN:
- 1 cốc mứt chà là – chà là 50/50 &
- 1 cốc nước cam
- 1/2 cốc nước
- 3 muỗng cà phê dầu dừa
- 2 muỗng cà phê agave hoặc mật ong
- 1/2 muỗng cà phê bột vani
- 1/2 chén nho khô
- 1 muỗng cà phê gừng, tươi ép hoặc thái nhỏ hoặc bột
- 2 muỗng cà phê hỗn hợp gia vị
- 1 muỗng cà phê vỏ cam
- 1 muỗng cà phê hạt nhục đậu khấu
- 1 muỗng cà phê muối

Kem phủ lên bánh:
- 1/4 muỗng cà phê muối
- 1/2 chén hạt điều

HƯỚNG DẪN:
a) Nghiền hạnh nhân trong máy xay thực phẩm có lưỡi chữ S hoặc trong túi nhựa nặng có cán.
b) Trộn tất cả **CÁC NGUYÊN LIỆU LÀM BÁNH:** trong một tô lớn.

c) Đo các phần 1/3 cốc lên khay nướng chắc chắn và nặn chúng thành từng viên tròn, dày khoảng 10 mm.

d) Làm khô trong khoảng. 6 giờ, tách ra khỏi các tấm cố định và sấy khô thêm 2 giờ nữa.

e) 1Bánh chín khi bên ngoài giòn, bên trong ẩm.

f)1 Xay nhuyễn tất cả nguyên liệu làm kem trong máy xay sinh tố tốc độ cao và phết lên bánh. Bạn có thể để bánh trong tủ lạnh trong vài giờ.

g) Trang trí với dải cà rốt nạo và hạt nhục đậu khấu.

h) Có thể bảo quản trong tủ lạnh 2 ngày mà không cần đông đá.

58. bánh chanh nhỏ

Làm cho khoảng 14 tartlets.

THÀNH PHẦN:

lớp vỏ:
- 2 chén hạt và/hoặc các loại hạt
- 1/2 cốc nước cốt chanh
- 1/2 cốc chà là, rỗ và thái nhỏ
- 1/2 chén mật ong
- 1/2 chén dầu dừa
- 1 muỗng cà phê bột vani
- 1/2 chén bơ ca cao
- 1 nhúm muối

Đổ đầy:
- 4 quả bơ

HƯỚNG DẪN:

C :

a) Đun chảy bơ ca cao trong bồn nước.

b) Chế biến hạt và/hoặc quả hạch thành bột thô trong máy xay thực phẩm bằng lưỡi S.

c) Trộn tất cả **CÁC THÀNH PHẦN VỎ BÁNH:** và ép vào khuôn silicon dẻo.

d) Làm lạnh cho đến khi cứng lại rồi lấy ra khỏi khuôn.

Đổ đầy:

e)   Đánh đều tất cả các nguyên liệu làm nhân bánh cho đến khi mịn, khoảng 5 phút.

f) Đổ nhân vào từng cốc nhỏ và kết thúc bằng bánh strudel.

g)   Đặt trong tủ lạnh trong 6 giờ.

h)   Phục vụ từ tủ lạnh.

59. Bánh mousse ca cao mini

THÀNH PHẦN:

Vỏ trái đất:

- 2 chén hạt và/hoặc các loại hạt
- 1/2 cốc chà là, rỗ và thái nhỏ
- 1/4 chén dầu dừa, tan chảy
- 1 nhúm muối

mousse:

- 6-10 quả bơ
- 1 1/4 chén bột ca cao
- 1 1/4 chén mật ong hoặc cây thùa
- 2 giọt tinh dầu bạc hà

HƯỚNG DẪN:

Vỏ trái đất:

a) Xay mịn hạt và/hoặc quả hạch trong máy xay thực phẩm có gắn lưỡi dao S. Cắt bằng tay cũng có thể!

b) Trộn tất cả **CÁC THÀNH PHẦN LÀM VỎ BÁNH:** trong một cái bát và nhào cho đến khi dính và nhão.

c) Nhấn vào chảo dạng lò xo, phủ đều đáy.

mousse:

a) Cho tất cả các **THÀNH PHẦN LÀM MOUSSE:** vào máy xay thực phẩm có gắn lưỡi cắt chữ S và chế biến trong khoảng năm phút.

b) Hãy chắc chắn rằng mọi thứ được kết hợp tốt và mượt mà.
c) Đổ mousse vào khuôn và để tủ lạnh 8 tiếng.
d) Giữ tốt trong tủ lạnh trong vài ngày.

60. kẹo bơ cứng sô cô la

Làm khoảng 40 cái.

THÀNH PHẦN:
- 1 cốc chà là, đọ sức
- 1 chén dầu dừa
- 1/2 cốc nước
- 1/2 chén bột ca cao
- 1 muỗng cà phê bột vani
- 1 nhúm muối

HƯỚNG DẪN:
a) Đậy kín quả chà là bằng nước và để chúng mềm ra - sử dụng nước ấm để đẩy nhanh quá trình này.

b) Đặt mọi thứ lại với nhau trong máy xay thực phẩm và xử lý bằng S-Blade cho đến khi mịn và trộn đều. Quá trình này mất tối đa 20 phút và rất xứng đáng với thời gian.

c) Đổ vào một cái bát nông và để trong tủ lạnh.

d) Cắt thành hình vuông sau khoảng 3-4 giờ.

e) Bảo quản chúng trong hộp kín trong tủ lạnh.

61. Pudding bơ sô cô la thô

Dành cho: Dành cho 2 người

THÀNH PHẦN:
Cơ sở Pudding bơ sô cô la
- 1 quả bơ lớn (hoặc 2 quả nhỏ), bỏ vỏ và hạt
- 1 quả chuối chín, bóc vỏ
- 3-4 muỗng canh bột ca cao
- 3-4 muỗng canh xi-rô cây phong nguyên chất, mật hoa dừa hoặc xi-rô chà là
- 1 muỗng cà phê chiết xuất vani
- 1/4 muỗng cà phê quế, tùy chọn

sự kết hợp hương vị
- 1/2 cốc nước cam mới vắt, + nhiều hơn nếu cần
- 1 muỗng cà phê hoặc vỏ cam, tùy chọn

HƯỚNG DẪN:
a) Trong máy xay sinh tố, kết hợp các nguyên liệu làm bánh pudding cơ bản (cùng với bất kỳ cách kết hợp hương vị nào) và xay nhuyễn cho đến khi có dạng kem, dừng lại để cạo các mặt nếu cần.

b) Thêm một vài thìa nước khi cần thiết để đạt được độ đặc mong muốn. Tôi thường sử dụng 1/2 cốc nước trừ khi tôi làm hương vị cam. Nếm thử hương vị và điều chỉnh cho phù hợp.

c) Pudding có thể được phục vụ ở nhiệt độ phòng, nhưng tôi thấy nó ngon nhất khi được làm lạnh trong tủ lạnh trong vài giờ.

d) Phục vụ: Trang trí với một ít kem dừa đánh bông và sô cô la đen nghiền, ca cao hoặc chip carob.

62. bánh kem dâu tây

ĐẦY ĐỦ 1 BÁNH
1 công thức Piecrust cơ bản
2 công thức Kem điều đánh bông
2 cốc dâu tây cắt đôi
2 muỗng canh xi-rô cây thùa
Trải kem đã đánh bông lên lớp vỏ bánh của bạn, thành một lớp đều và duy nhất.
Cho nửa quả dâu tây vào xi-rô cây thùa, sau đó xếp các quả dâu tây đã cắt lát úp xuống lên trên Kem.
Sẽ giữ được 2 hoặc 3 ngày trong tủ lạnh.

63. Kem điều đánh bông

LÀM ĐƯỢC 1½ CỐC

Một loại kem trắng, đậm đà để thưởng thức trên bánh nướng, kem của bạn và làm nước chấm cho các loại quả mọng và trái cây cắt lát.

1 chén hạt điều
½ chén dầu dừa
1 muỗng canh chiết xuất vani không cồn
½ cốc nước lọc

Cho tất cả nguyên liệu vào máy xay sinh tố tốc độ cao và xay cho đến khi mịn. Chuyển sang một cái bát nhỏ và đặt vào giữa khay hoặc đĩa phục vụ.

Sẽ giữ được 4 đến 5 ngày trong tủ lạnh.

64. Bánh Tart mãng cầu

LÀM KHOẢNG 6 TARTLET

1 công thức Piecrust cơ bản, làm bằng bột hạnh nhân

2 công thức Kem điều đánh bông

Các loại trái cây nhỏ yêu thích của bạn để phủ lên trên mỗi chiếc bánh tartlet, chẳng hạn như 1 quả dâu đen, 3 quả việt quất, 1 quả mâm xôi hoặc ca cao

Trước tiên, lót các ngăn của một chiếc bánh tartlet hoặc nhiều chiếc bánh brioche bằng màng bọc thực phẩm, sau đó ấn chặt lớp vỏ bánh vào chảo. Loại bỏ bằng cách nhẹ nhàng nâng bọc nhựa lên.

Tiếp theo, múc kem đã đánh bông vào từng chiếc bánh tartlet. Trang trí trên mỗi chiếc bánh tartlet bằng một loại trái cây hoặc ngòi ca cao.

Phục vụ ngay lập tức, hoặc giữ trong tủ lạnh. Sẽ giữ được 2 hoặc 3 ngày trong tủ lạnh.

65. Bánh không bột cơ bản

3 chén hạt, chẳng hạn như quả óc chó, hạnh nhân hoặc quả hạch Brazil
¼ muỗng cà phê muối biển
1 chén chà là Medjool, đóng gói
1 muỗng canh chiết xuất vani không cồn
1 đến 2 muỗng canh xi-rô cây thùa (tùy chọn)

Cho các loại hạt và muối vào máy xay thực phẩm và chia nhỏ các loại hạt thành từng miếng.
Thêm miếng chà là, thay vì một cục lớn và vani. Xử lý cho đến khi các loại hạt kết hợp với chà là dính để tạo thành bột bánh.
Kiểm tra bột bằng cách lấy một nắm và bóp để đảm bảo bột dính vào nhau. Nếu nó không đủ dính, hãy thêm một vài quả chà là hoặc 1 đến 2 thìa xi-rô cây thùa và chế biến cho đến khi nó kết dính lại với nhau.

66. bánh hạnh nhân cam

LÀM 1 BÁNH

1 công thức Hỗn hợp bánh không bột cơ bản, làm bằng hạnh nhân
½ công thức Sốt trái cây cơ bản, làm từ cam
1 quả cam, đọ sức và phân đoạn (loại bỏ tất cả vỏ và cùi)
¼ chén dừa khô, nghiền thành bột

Chia hỗn hợp bánh thành hai phần bằng nhau. Tạo thành hai vòng bánh bằng tay. Hoặc, lót một khuôn bánh nhỏ bằng màng bọc thực phẩm trước, sau đó ấn một phần bột vào bên trong để tạo hình. Lật bánh đã tạo hình ra khỏi chảo và bóc lớp nhựa. Lặp lại với phần bột thứ hai. Cho phần đầu tiên ra đĩa và rưới nước sốt cam và những lát cam lên trên. Trên cùng với vòng bánh thứ hai. Sử dụng một cái rây dây để phủ bột dừa lên trên mặt bánh.
Sẽ giữ được 3 đến 4 ngày trong tủ lạnh.

67. Quả mâm xôi chanh

LÀM 1 BÁNH

1 công thức Hỗn hợp bánh không bột cơ bản, được làm bằng loại hạt yêu thích của bạn
½ công thức Sốt trái cây cơ bản, làm từ chanh
1½ chén quả mâm xôi

Chia hỗn hợp bánh thành hai phần bằng nhau. Tạo thành hai vòng bánh bằng tay. Hoặc, lót một khuôn bánh nhỏ bằng màng bọc thực phẩm trước, sau đó ấn một phần bột vào bên trong để tạo hình. Lật bánh đã tạo hình ra khỏi chảo và bóc lớp nhựa. Lặp lại với phần bột thứ hai. Đặt vòng đầu tiên lên đĩa và phủ nước sốt chanh và 1 chén quả mâm xôi lên trên. Trên cùng với vòng bánh thứ hai và quả mâm xôi còn lại.
Sẽ giữ được 3 đến 4 ngày trong tủ lạnh.

68. bánh ga tô dâu

LÀM 1 BÁNH

Dâu tây đỏ tươi và kem tươi ngọt ngào được xếp lớp giữa một chiếc bánh không bột ẩm.

1 công thức Hỗn hợp bánh không bột cơ bản, được làm bằng loại hạt yêu thích của bạn
1 mẻ Kem Điều
$1\frac{1}{2}$ chén dâu tây thái lát

Chia hỗn hợp bánh thành hai phần bằng nhau. Tạo thành hai vòng bánh bằng tay. Hoặc, lót một khuôn bánh nhỏ bằng màng bọc thực phẩm trước, sau đó ấn một phần bột vào bên trong để tạo hình. Lật bánh đã tạo hình ra khỏi chảo và bóc lớp nhựa. Lặp lại với phần bột thứ hai. Đặt vòng đầu tiên lên đĩa và phủ kem tươi và nửa quả dâu tây lên trên. Trên cùng với vòng bánh thứ hai, kem còn lại và dâu tây còn lại. Sẽ giữ được 3 đến 4 ngày trong tủ lạnh.

69. Bánh Dừa Sốt Hạt Phỉ Nutella

LÀM 1 BÁNH

Bánh không bột vani được làm đầy với nước sốt sô cô la hạt dẻ đậm đà, kem đánh bông vani và hạnh nhân cắt nhỏ. Nó được phủ kem vani và phủ dừa vụn lên trên.

1 công thức Hỗn hợp bánh không bột cơ bản, được làm bằng loại hạt yêu thích của bạn
1 công thức Kem điều đánh bông
1 muỗng canh chiết xuất vani không cồn
1 công thức sốt Nutella Hazelnut
1 chén hạnh nhân xắt nhỏ
$\frac{1}{2}$ chén dừa khô bào sợi

Chia hỗn hợp bánh thành hai phần bằng nhau. Tạo thành hai vòng bánh bằng tay. Hoặc, lót một khuôn bánh nhỏ bằng màng bọc thực phẩm trước, sau đó ấn một phần bột vào bên trong để tạo hình. Lật bánh đã tạo hình ra khỏi chảo và bóc lớp nhựa. Lặp lại với phần bột khác. Trộn kem đã đánh bông với chiết xuất vani. Đặt viên bánh đầu tiên lên đĩa. Rưới nước sốt hạt phỉ sô cô la lên trên, sau đó là một nửa kem vani đánh bông, sau đó là hạnh nhân cắt nhỏ. Trên cùng với vòng bánh thứ hai, Kem vani còn lại và dừa vụn.
Sẽ giữ được 4 đến 5 ngày trong tủ lạnh.

70. Bánh sô cô la-anh đào

LÀM 1 BÁNH

1 công thức Hỗn hợp bánh không bột cơ bản, được làm bằng loại hạt yêu thích của bạn
2/3 cốc cacao hoặc bột carob
1 công thức Mứt trái cây tươi, làm từ quả anh đào
1 chén anh đào cắt đôi
1 công thức Kem điều đánh bông

Thêm ca cao vào hỗn hợp bánh của bạn và trộn đều. Chia hỗn hợp bánh thành hai phần bằng nhau. Tạo thành hai vòng bánh bằng tay. Hoặc, lót một khuôn bánh nhỏ bằng màng bọc thực phẩm trước, sau đó ấn một phần bột vào bên trong để tạo hình. Lật bánh đã tạo hình ra khỏi chảo và bóc lớp nhựa. Lặp lại với phần bột khác. Đặt vòng đầu tiên lên đĩa. Cho mứt anh đào lên trên, một nửa số anh đào, sau đó là một nửa kem đánh bông. Trên cùng với vòng bánh thứ hai, phần kem còn lại và những quả anh đào còn lại.
Sẽ giữ được 3 đến 4 ngày trong tủ lạnh.

71. kem chuối cơ bản (không hạt)

LÀM 4 PHẦN

6 quả chuối chín, bóc vỏ và đông lạnh
$\frac{1}{4}$ chén xi-rô cây thùa
Nước, nếu cần
Cho chuối đông lạnh vào máy xay thực phẩm và chế biến thành kem mịn.
Thưởng thức ngay với các món ăn kèm yêu thích của bạn, chẳng hạn như các loại hạt và trái cây xắt nhỏ, nước sốt và xi-rô. Hoặc, chuyển sang hộp đựng và cho vào tủ đông để đông cứng trong một hoặc hai giờ, đạt được độ đặc mong muốn của bạn.
Sẽ giữ trong nhiều tuần trong tủ đông. Lấy ra và để ở nhiệt độ phòng trong 10 phút, để làm mềm trước khi múc.

72. Kem Sô Cô La Chuối Với Hạt Phỉ

LÀM 4 PHẦN

6 quả chuối chín, bóc vỏ và đông lạnh
2 muỗng canh xi-rô cây thùa
¼ chén bột ca cao
½ chén quả phỉ xắt nhỏ

Đặt chuối đông lạnh và xi-rô cây thùa vào máy xay thực phẩm và chế biến cho đến khi mịn. Thêm cacao và chế biến để trộn đều. Thêm quả phỉ và đập nhẹ để trộn.

Thưởng thức ngay lập tức, hoặc chuyển sang hộp đựng và cho vào tủ đông để đông cứng trong một hoặc hai giờ, đến độ đặc mong muốn của bạn.

Sẽ giữ trong nhiều tuần trong tủ đông. Lấy ra và để ở nhiệt độ phòng trong 10 phút, để làm mềm trước khi múc.

73. Kem cơ bản

LÀM 2 CỐC

1 chén hạt, chẳng hạn như hạt điều, quả hạch Brazil, quả phỉ hoặc hạnh nhân
¼ chén xi-rô cây thùa
4 đến 6 muỗng canh nước lọc, khi cần

Trộn các loại hạt với xi-rô cây thùa, chỉ thêm đủ nước để tạo thành kem đặc. Bạn sử dụng càng ít nước thì càng ít tinh thể đá hình thành trong công thức đông lạnh cuối cùng của bạn.

74. Kem sô cô la Mexico

LÀM 2 CỐC

1 công thức Kem cơ bản
¼ chén bột ca cao
1 muỗng cà phê bột quế xay
1/8 muỗng cà phê cayenne (tùy chọn)
Trộn tất cả các **THÀNH PHẦN LẠI VỚI NHAU:** , kể cả ớt cayenne, nếu muốn. Chuyển sang hộp, đậy nắp và đặt trong tủ đá qua đêm.

75. Kem hoa oải hương

LÀM 2 CỐC

1 công thức Kem cơ bản
1 muỗng canh chiết xuất hoa oải hương, hoặc 2 muỗng canh laven ẩm thực nghiền thành bột-nụ der (không tiêu thụ bất kỳ hoa oải hương nào được bán cho potpourri)

Trộn tất cả **CÁC THÀNH PHẦN LẠI VỚI NHAU:** . Chuyển sang hộp, đậy nắp và đặt trong tủ đá qua đêm.

76. Kem Lúcuma

LÀM 2 CỐC

1 công thức Kem cơ bản, làm từ hạt điều và xi-rô yacón
thay vì agave, nếu có
½ chén bột lúcuma
1 muỗng canh chiết xuất vani không cồn
½ chén nước lọc

Cho tất cả nguyên liệu vào máy xay sinh tố tốc độ cao. Lúc đầu xay chậm, sau đó tăng dần tốc độ để có được hỗn hợp mịn nhất có thể. Chuyển sang một thùng chứa và đặt trong tủ đông qua đêm. Thưởng thức ngay từ tủ đông với nước sốt và xi-rô yêu thích của bạn

77. Nước sốt trái cây cơ bản

LÀM ĐƯỢC 1½ CỐC

2 cốc trái cây, chẳng hạn như dứa, xoài hoặc đào
½ chén xi-rô cây thùa

Cho nguyên liệu vào máy xay sinh tố tốc độ cao và xay cho đến khi mịn để tạo thành nước sốt có màu đẹp mắt.
Sẽ giữ được 3 đến 4 ngày trong tủ lạnh.

78. Sốt việt quất Agave

LÀM ĐƯỢC 1½ CỐC

1 công thức Sốt trái cây cơ bản, làm từ quả việt quất

Cho nước sốt **THÀNH PHẦN:** vào máy xay sinh tố tốc độ cao. Trộn đều để tạo ra nước sốt màu tím sáng trông tuyệt vời và có hương vị thơm ngon.

79. Sốt Maple-Dâu

LÀM ĐƯỢC 1½ CỐC

2 chén dâu tây
½ cốc xi-rô cây phong, hoặc ¼ cốc xi-rô cây thùa và 2 đến 3 quả chà là Medjool với 2 muỗng canh nước
Nếu sử dụng chà là, hãy cho vào máy xay thực phẩm và cắt thành từng miếng nhỏ trước.
Cho dâu tây và xi-rô bạn chọn vào máy xay thực phẩm và cho vào nước sốt. Nếu dùng chà là thì thêm với nước và đập dập.
Sẽ giữ được 4 đến 5 ngày trong tủ lạnh.

80. quả mọng

LÀM ĐƯỢC 1½ CỐC

Compote là trái cây trong xi-rô. Tôi dùng rượu vang đỏ với trái cây tươi, làm ngọt bằng xi-rô cây thùa.

2 chén quả mâm xôi
¼ chén rượu vang đỏ
2 muỗng canh xi-rô cây thùa
1 muỗng canh vỏ chanh (tùy chọn)

Đặt tất cả các thành phần trong một bộ xử lý thực phẩm. Xung nhẹ để trộn.

81. Sốt Hạt Phi Nutella

LÀM 1 CỐC
1 chén hạt dẻ
2 muỗng canh xi-rô cây thùa
2 muỗng canh dầu dừa, làm ấm ở nhiệt độ phòng cho đến khi lỏng
1 muỗng canh bột ca cao
2 đến 4 muỗng canh nước lọc, khi cần

Trong một bộ xử lý thực phẩm, chế biến quả phỉ cho đến khi chúng tạo thành bơ, cạo các cạnh và trộn các loại hạt đó với bơ tạo thành ở đáy. Tiếp theo, thêm xi-rô agave và dầu dừa và chế biến để trộn đều. Thêm bột ca cao và lượng nước cần thiết để tạo độ sệt mong muốn. Sẽ giữ được 4 đến 5 ngày trong tủ lạnh. Cũng có thể được đông lạnh trong một vài tuần. Rã đông lại thành xi-rô đặc trước khi sử dụng.

82. Sốt kẹo mềm sô cô la

LÀM 1 CỐC

½ cốc bột ca cao
¾ chén xi-rô cây thùa
4 muỗng cà phê dầu ô liu nguyên chất
Trộn tất cả các nguyên liệu lại với nhau và thưởng thức.
Sẽ giữ được vài tuần trong tủ lạnh.

83. Goji Berry-Sôcôla Chip Cookies

LÀM ĐƯỢC KHOẢNG 18 BÁNH QUY

1 công thức Bột bánh quy cơ bản
1 cốc quả goji
½ đến 1 cốc sô cô la đen hoặc ngòi ca cao

Trộn tất cả các thành phần với nhau trong một bát trộn lớn.

Sử dụng một cái muỗng 2 muỗng canh để chia phần bột trực tiếp lên màn hình lưới của các khay Excalibur Dehydrator 14 inch vuông của bạn.

Khử nước ở 104°F trong 4 đến 6 giờ hoặc đến độ đặc mong muốn của bạn.

Sẽ giữ trong tủ lạnh trong một tuần. Sẽ giữ trong tủ đông trong vài tuần; rã đông 10 phút trước khi ăn.

84. Bánh Quy Sô Cô La Cam-Cranberry

LÀM ĐƯỢC KHOẢNG 18 BÁNH QUY

1 công thức Bột bánh quy cơ bản
1 muỗng canh vỏ cam, hoặc ½ muỗng cà phê chiết xuất cam không cồn
1 chén nam việt quất khô
1 chén sô cô la đen nửa ngọt hoặc ngòi ca cao

Trộn tất cả các thành phần với nhau trong một bát trộn lớn.

Sử dụng một cái muỗng 2 muỗng canh để chia phần bột trực tiếp lên màn hình lưới của các khay Excalibur Dehydrator 14 inch vuông của bạn.

Khử nước ở 104°F trong 4 đến 6 giờ hoặc đến độ đặc mong muốn của bạn.

Sẽ giữ trong tủ lạnh trong một tuần. Sẽ giữ trong tủ đông trong vài tuần; rã đông 10 phút trước khi ăn.

85. bánh quy sô cô la ca cao

LÀM 16 BÁNH QUY

1 công thức Bột bánh quy cơ bản
1 cốc nho khô
½ đến 1 cốc ca cao ngòi
½ cốc bột ca cao
Trộn tất cả các thành phần với nhau trong một bát trộn lớn.
Sử dụng một cái muỗng 2 muỗng canh để chia bột trực tiếp lên các tấm lưới của khay Excalibur Dehydrator 14 inch vuông của bạn.
Khử nước ở 104°F trong 4 đến 6 giờ hoặc đến độ đặc mong muốn của bạn.
Sẽ giữ trong tủ lạnh ít nhất một tuần. Sẽ giữ trong tủ đông trong vài tuần; rã đông 10 phút trước khi ăn.

86. Bánh quy hạnh nhân óc chó

LÀM ĐƯỢC KHOẢNG 18 BÁNH QUY

1 công thức Bột bánh quy cơ bản
½ cốc bột ca cao
1 chén hạt óc chó
½ cốc nho khô

Trộn đều Basic Cookie Dough và bột cacao. Thêm quả óc chó và nho khô và trộn đều. Sử dụng một cái muỗng 2 muỗng canh để chia phần bột trực tiếp lên màn hình lưới của các khay Excalibur Dehydrator 14 inch vuông của bạn.
Khử nước ở 104°F trong 4 đến 6 giờ hoặc đến độ đặc mong muốn của bạn.
Sẽ giữ trong tủ lạnh trong một tuần. Sẽ giữ trong tủ đông trong vài tuần; rã đông 10 phút trước khi ăn.

87. Banana Chocolate Chip Cookies

LÀM 16 BÁNH QUY

1 công thức Bột bánh quy cơ bản
¾ chén chuối khô xắt nhỏ
1 chén sô cô la đen nửa ngọt hoặc ngòi ca cao

Trộn tất cả các thành phần với nhau trong một bát trộn lớn.
Sử dụng một cái muỗng 2 muỗng canh để chia phần bột trực tiếp lên màn hình lưới của các khay Excalibur Dehydrator 14 inch vuông của bạn.
Khử nước ở 104°F trong 4 đến 6 giờ hoặc đến độ đặc mong muốn của bạn.

88. Cookie hạnh nhân

LÀM ĐƯỢC KHOẢNG 20 BÁNH QUY

1 chén kiều mạch khô
2 chén bột hạnh nhân
1 muỗng canh chiết xuất hạnh nhân
2/3 chén xi-rô cây thùa
1 cốc nước lọc
20 quả hạnh nhân

Nghiền kiều mạch thành bột và cho vào tô trộn cỡ trung bình. Nó có thể giúp xay một nửa cốc mỗi lần. Thêm bột hạnh nhân, chiết xuất hạnh nhân, xi-rô cây thùa và nước. Trộn đều.
Sử dụng một cái muỗng 2 muỗng canh để chia phần bột trực tiếp lên màn hình lưới của các khay Excalibur Dehydrator 14 inch vuông của bạn.
Nhấn một quả hạnh vào đầu mỗi cookie.
Khử nước ở 104°F trong 4 đến 6 giờ hoặc đến độ đặc mong muốn của bạn.
Sẽ giữ trong tủ lạnh của bạn trong một tuần.
Sẽ giữ trong tủ đông trong vài tuần; rã đông 10 phút trước khi ăn.

89. bánh hạnh nhân trái cây

LÀM ĐƯỢC KHOẢNG 16 BÁNH QUY

1½ chén dâu tây, dứa thái hạt lựu, quả việt quất, chuối thái lát,
hoặc trái cây yêu thích của bạn
3 muỗng canh xi-rô cây thùa
2 muỗng canh chiết xuất vani không cồn
½ chén bột hạnh nhân
2 chén dừa nạo sấy khô

Đặt trái cây, cây thùa và vani vào bộ xử lý thực phẩm của bạn. Chế biến thành bột nhuyễn.
Thêm bột hạnh nhân và dừa, và trộn đều.
Sử dụng một cái muỗng 2 muỗng canh để chia phần bột trực tiếp lên màn hình lưới của các khay Excalibur Dehydrator 14 inch vuông của bạn.
Nhấn một quả hạnh vào đầu mỗi cookie.
Khử nước ở 104°F trong 3 giờ hoặc đến độ đặc mong muốn của bạn.

sinh tố

90. Green

Làm 4 cốc

THÀNH PHẦN:
- 2 chén rau xắt nhỏ, chẳng hạn như rau diếp romaine, cải xoăn hoặc cải thìa
- 2 cốc trái cây, chẳng hạn như chuối thái lát, xoài thái hạt lựu hoặc quả việt quất
- 2 chén nước lọc, tùy thích

HƯỚNG DẪN:
a) Đặt tất cả **CÁC THÀNH PHẦN:** vào máy xay công suất cao và trộn cho đến khi mịn.
b) Có thể bảo quản trong tủ lạnh đến 1 ngày, nhưng ngon nhất là nên thưởng thức ngay.

91. Sinh Tố Dứa Bạc Hà

Làm cho: 2

THÀNH PHẦN: :
- 3 chén dứa tươi, thái hạt lựu
- 1/4 chén lá bạc hà tươi, đóng gói lỏng lẻo
- 1/2 chén nước lạnh

HƯỚNG DẪN:
a) Kết hợp tất cả **CÁC THÀNH PHẦN:** trong máy xay sinh tố.
b) Trộn cho đến khi mịn.
c) Thêm một chút nước nếu máy xay của bạn yêu cầu.
d) Thưởng thức ngay lập tức.

92. Sinh Tố Dừa Anh Đào

Làm cho: 2

THÀNH PHẦN:
- 2 chén anh đào rỗ đông lạnh
- 1 cốc nước dừa
- 1 muỗng canh nước cốt chanh tươi

HƯỚNG DẪN:
a) Đặt tất cả **CÁC THÀNH PHẦN:** vào máy xay sinh tố và trộn cho đến khi mịn.
b) Phục vụ

93. Sinh tố xoài sữa chua

Làm cho: 1

THÀNH PHẦN:
- 1 quả xoài chín
- 2 thìa sữa chua hạt
- 1/4 muỗng cà phê quế

HƯỚNG DẪN:
a) Cho xoài vào ngăn đá tủ lạnh 30 phút. Nếu vội, bạn có thể bỏ qua bước này và thay vào đó thêm 2 viên đá vào cốc sinh tố.

b) Loại bỏ vỏ xoài bằng dụng cụ gọt vỏ rau củ,

c) Cắt xoài thành những miếng vừa phải, để lại khoảng 1 thìa cà phê xoài để dùng sau này trang trí sinh tố.

d) Cho xoài, sữa chua hạt và 1/4 thìa cà phê quế vào máy xay sinh tố.

e) Trộn ở tốc độ cao trong 2-3 phút hoặc cho đến khi hỗn hợp có dạng kem.

f) Đổ vào cốc, cho xoài đã đảo ngược lên trên và rắc nhẹ quế.

94. sinh tố quýt nhiệt đới

THÀNH PHẦN: :
- 2 quả quýt bóc vỏ & phân khúc
- 1/2 chén dứa
- 1 quả chuối đông lạnh

HƯỚNG DẪN:

a) Trộn với 1/2 đến 1 cốc chất lỏng.
b) Thưởng thức

95. Sinh Tố PB & Dâu Tây

THÀNH PHẦN: :
- 1 chén dâu tây đông lạnh
- 1 quả chuối lớn thái lát
- 1-2 muỗng canh bơ đậu phộng thô

HƯỚNG DẪN:
a)   Trộn với 1/2 đến 1 cốc chất lỏng.

96. Cà rốt xoài dừa

THÀNH PHẦN: :
- 1 củ cà rốt nạo lớn
- 1 chén xoài đông lạnh
- 1-2 muỗng canh dừa không đường, nạo

HƯỚNG DẪN:

a) Trộn với 1/2 đến 1 cốc chất lỏng.

b) Thưởng thức

97. Pina Colada gừng

THÀNH PHẦN: :
- 2 chén dứa đông lạnh
- 1 quả chanh gọt vỏ và thái lát
- 1/2 inch gừng, thái lát mỏng

HƯỚNG DẪN:

a) Trộn với 1/2 đến 1 cốc chất lỏng.
b) Thưởng thức

98. Anh đào việt quất cải xoăn

THÀNH PHẦN: :
- 1 chén cải xoăn
- 1 chén anh đào
- 1/2 chén quả việt quất

HƯỚNG DẪN:
a) Trộn với 1/2 đến 1 cốc chất lỏng.
b) Thưởng thức

99. Mâm xôi Chuối Chia

THÀNH PHẦN: :
- 1 1/2 chén quả mâm xôi đông lạnh
- 1 quả chuối lớn thái lát
- 1 muỗng canh hạt chia

HƯỚNG DẪN:
a)   Trộn với 1/2 đến 1 cốc chất lỏng.
b)   Thưởng thức

100. Bát sinh tố câu kỷ, xoài và bao báp

Làm 3 cốc.

THÀNH PHẦN: :

- 2 cốc nước
- 1 trái xoài
- 1/4 chén quả goji hoặc quả mọng khác
- 5 chà là, đọ sức và ngâm
- 2 muỗng cà phê bột bao báp

HƯỚNG DẪN:

e) Xay mọi thứ ở tốc độ cao trong khoảng 30 giây trong máy xay tốc độ cao hoặc 60 giây trong máy xay thông thường.

PHẦN KẾT LUẬN

Trên tất cả, tôi hy vọng rằng bạn sẽ thích Sách điện tử này. Tôi đã thiết kế nó sao cho dễ sử dụng nhất có thể để bạn có thể dành ít thời gian vào bếp hơn và có nhiều thời gian hơn để thưởng thức bữa ăn ngon với bạn bè hoặc gia đình.

Chúc bạn không nấu ăn vui vẻ!

www.ingramcontent.com/pod-product-compliance
Lightning Source LLC
Chambersburg PA
CBHW071234080526
44587CB00013BA/1614